YEH-HSIEN

retold by Dawn Casey

illustrated by Richard Holland

Tagalog translation by Ana Taguba

Mantra Lingua

Noóng matagál na, sa katimugang Tsina, sabi sa mga lumang makasaysayang balumbón na may nakatirá doón na isáng babae. Ang kaniyáng pangalan ay Yeh-hsien. Kahit noóng bata pa siyá siyá'y matalino ay mabaít. Habang siyá'y lumalakí, natuklasan niyá ang kalungkutan, sa pagká't namatáy ang kaniyáng iná, at pagkatapos ang kaniyáng amá din. Inalagaan si Yeh-hsien ng kaniyáng ináng pangumán.

Ngunít may sariling anák na babae ang ináng pangumán, at walâ siyáng pagmamahál kay Yeh-hsien. Binigyan niyá siyá ng halos kakapiranggót na makain at binihisan siyá ng walâ kundî punít-punít at pira-pirasóng damít. Pinilit niyá si Yeh-hsien na magkolekta ng panggatong sa pinakamapang-anib na gubat at sumalok ng tubig sa pinakamalalim na lawà.
May isá lang na kaibigan si Yeh-hsien...

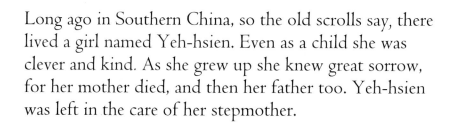

Long ago in Southern China, so the old scrolls say, there lived a girl named Yeh-hsien. Even as a child she was clever and kind. As she grew up she knew great sorrow, for her mother died, and then her father too. Yeh-hsien was left in the care of her stepmother.

But the stepmother had a daughter of her own, and had no love for Yeh-hsien. She gave her hardly a scrap to eat and dressed her in nothing but tatters and rags. She forced Yeh-hsien to collect firewood from the most dangerous forests and draw water from the deepest pools.
Yeh-hsien had only one friend...

...isáng munting isdâ na may mga palaypáy at mga gintong matá. Buti, maliít pa ang isdâ nung una siyáng nakíta ni Yeh-hsien. Pero pinalusog ni Yeh-hsien and kaniyáng isdâ ng pagkain at ng pagmamahál, at sa madalíng panahón lumakí siyá ng napakalakí. Kapag bumibisita si Yeh-hsien sa lawà niyá, palaging itinataás niyá ang kaniyang ulo sa tubig at ipapahinga niyá itó sa pampáng sa tabí ni Yeh-hsien. Walang nakakaalam ng sekreto niyá. Hanggang, isáng araw, tinanong ng ináng pangumán ang kaniyáng anák na babae, "Saán pumupunta si Yeh-hsien na dalá pa ang mga butil ng bigás?"
"Bakit hindî mo siyá sundán?" hiwatig ng anák na babae, "at matuklasan."

Kaya, sa likód ng isáng kumpól na tambô, naghintay at nanoód ang ináng pangumán. Nung nakíta niyáng umalís si Yeh-hsien. Sinalyá niyá ang kaniyáng kamáy sa lawà at binugbog niyá ang tubig. "Isdâ! Oh isdâ!" kanta niyá. Ngunít maingat na nanatili ang isdâ sa ilalim ng tubig. "Waláng kuwenta na nilikhâ," sumpâl ng ináng pangumán. "Huhuliin kita..."

...a tiny fish with red fins and golden eyes. At least, he was tiny when Yeh-hsien first found him. But she nourished her fish with food and with love, and soon he grew to an enormous size. Whenever she visited his pond the fish always raised his head out of the water and rested it on the bank beside her. No one knew her secret. Until, one day, the stepmother asked her daughter, "Where does Yeh-hsien go with her grains of rice?"
"Why don't you follow her?" suggested the daughter, "and find out."

So, behind a clump of reeds, the stepmother waited and watched. When she saw Yeh-hsien leave, she thrust her hand into the pool and thrashed it about. "Fish! Oh fish!" she crooned. But the fish stayed safely underwater. "Wretched creature," the stepmother cursed. "I'll get you..."

"Hindî ba masipag kang magtrabaho!" sabi ng ináng pangumán kay Yeh-hsien noóng hapon na iyón. "Marapat lang na may bago kang damít." At pinatanggal niyá kay Yeh-hsien yaong kaniyang lumang punít-punít na damít. "Ngayon, sigé at kumuha ka ng tubig sa bukál. Hindî mo kailangang magmadalî."

Pagka-alís ni Yeh-hsien, sinuot ng ináng pangumán yung sirá-sirang damít, at nagmadalî siyáng pumuntá sa lawà. Nakatagò sa kaniyáng manggás dalá niyá ay isáng kutsilyo.

"Haven't you worked hard!" the stepmother said to Yeh-hsien later that day. "You deserve a new dress." And she made Yeh-hsien change out of her tattered old clothing. "Now, go and get water from the spring. No need to hurry back."

As soon as Yeh-hsien was gone, the stepmother pulled on the ragged dress, and hurried to the pond. Hidden up her sleeve she carried a knife.

Nakíta ng isdâ ang damít ni Yeh-hsien at sa isáng saglít itinaás niyá ang kaniyáng ulo sa tubig. Sa sumunód, nilubóg ng ináng pangumán ang kaniyáng daga. Pumayagpág itong malakíng katawán sa lawà at sumalampák sa pampáng. Patáy.

"Malinamnám," katuwâ ng ináng pangumán, habang nilutò niyá at hinandá ang karne nang gabi na iyón. "Mas masaráp ng dalawáng beses kaysa sa karaniwang isdâ." At sa pagitan niláng dalawá, kinain ng ináng pangumán at ng kaniyang anák na babae ang bawa't kapiraso ng kaibigan ni Yeh-hsien.

The fish saw Yeh-hsien's dress and in a moment he raised his head out of the water. In the next the stepmother plunged in her dagger. The huge body flapped out of the pond and flopped onto the bank. Dead.

"Delicious," gloated the stepmother, as she cooked and served the flesh that night. "It tastes twice as good as an ordinary fish." And between them, the stepmother and her daughter ate up every last bit of Yeh-hsien's friend.

Sa sumunód na araw, nang tinawag ni Yeh-hsien ang kaniyang isdâ, walang sumagót. Nang tumawag siyá ulit, ibá ang labás ng boses niyá at mataás. Naramdaman niyáng humapit ang kaniyáng tiyán. Tuyô ang kaniyáng bibig. Sa kaniyáng mga kamáy at mga tuhod, pinaghiwaláy ni Yeh-hsien ang damó ng pato, ngunít walang nakíta kundî maliliít na bató na kumikislap sa araw. At alam na niyá na walâ na ang kaniyáng tanging kaibigan.

Umiyák at humagulhól, ang kawawang Yeh-hsien ay bumagsák sa lupà at binaón niyá ang kaniyáng ulo sa kaniyáng mga kamáy. Kaya hindî niyá napansin ang matandang lalaki na pababang lumulutang sa langit.

The next day, when Yeh-hsien called for her fish there was no answer. When she called again her voice came out strange and high. Her stomach felt tight. Her mouth was dry. On hands and knees Yeh-hsien parted the duckweed, but saw nothing but pebbles glinting in the sun. And she knew that her only friend was gone.

Weeping and wailing, poor Yeh-hsien crumpled to the ground and buried her head in her hands. So she did not notice the old man floating down from the sky.

Dumampî ang ihip ng hangin sa kaniyang noo, at ng may magang mga matá tumingín si Yeh-hsien sa itaás. Tumingín naman ang matandang lalaki sa babâ. Nakalaglág ang kaniyang buhók at simple lang ang kaniyang damít pero ang kaniyang mga matá ay punô ng awà.

"Huwág kang umiyák," mahinahon na sinabi ng matandang lalaki. "Pinatay ng iyóng ináng pangumán ang isdâ at tinago niyá ang mga butó sa isáng tambák ng taeng-hayop. Sigé, kunin mo yung mga butó. May malakás silang kapangyarihan. Anu man ang iyóng hihilingin ay ibibigay nilá."

A breath of wind touched her brow, and with reddened eyes Yeh-hsien looked up. The old man looked down. His hair was loose and his clothes were coarse but his eyes were full of compassion.

"Don't cry," he said gently. "Your stepmother killed your fish and hid the bones in the dung heap. Go, fetch the fish bones. They contain powerful magic. Whatever you wish for, they will grant it."

Sinundan ni Yeh-hsien ang payo ng maalám na matandang lalaki at tinagò niyá ang mga butó sa kaniyáng kuwarto. Madalás niyáng nilalabas at hinahawakan ang mga itó. Makinis at malamíg at mabigát ang mga itó sa kaniyáng mga kamáy. Palagì niyáng naaalala ang kaniyáng kaibigan. Pero minsan naman, siyá'y humihiling.

Ngayon, na kay Yeh-hsien na ang lahát ng pagkain at mga damít na kailangan niyá, pati mamahaling batóng ihada at perlas na kasíng putlâ ng buwán.

Yeh-hsien followed the wise man's advice and hid the fish bones in her room. She would often take them out and hold them. They felt smooth and cool and heavy in her hands. Mostly, she remembered her friend. But sometimes, she made a wish.

Now Yeh-hsien had all the food and clothes she needed, as well as precious jade and moon-pale pearls.

Sa madalíng panahón, hinayag ng bulaklák ng siniguelas ang pagdatíng ng tagsiból.
Panahon na ng Piyestang Tagsiból, kung saán nagtitipon ang mga tao upang igalang
ang kaniláng mga ninunò at para makahanap din ng mapapang asawa ang mga
dalaga at binatilyo.
"Oh, gusto ko sanang pumuntá," buntóng-hiningá ni Yeh-hsien.

Soon the scent of plum blossom announced the arrival of spring. It was time for the
Spring Festival, where people gathered to honour their ancestors and young women
and men hoped to find husbands and wives.
"Oh, how I would love to go," Yeh-hsien sighed.

"Ikaw?!" sabi ng kinakapatíd na babae. "Hindî ka puwedeng pumuntá!"
"Kailangan mong maiwan at bantayan ang mga punong prutas," utos ng ináng pangumán.
Kaya iyón na iyón. O iyón na nga sana kung hindî mapunyagî si Yeh-hsien.

"You?!" said the stepsister. "You can't go!"
"*You* must stay and guard the fruit trees," ordered the stepmother.
So that was that. Or it would have been if Yeh-hsien had not been so determined.

Nang walâ na sa pananáw ni Yeh-hsien ang kaniyáng ináng pangumán at kinakapatíd na babae, lumuhód siyá sa haráp ng mga butó ng isdâ at siyá'y humiling. Sa isáng saglít natuó ang hiling niyá.

Nabihisan si Yeh-hsien ng batang yarì ng seda at ang kaniyáng balabal ay galing sa balahibo ng piskadór. Bawá't isáng balahibo ay nakakasílaw na liwanag. At habang kumikilos si Yeh-hsien dito at doón, bawá't isá ay kumikisláp sa lahát ng kulay-asúl na mailálarawan sa isip – tinang asúl, matingkád na asúl, berdéng-asúl, at ang lawà na nakinangan ng araw na asúl, kung saán tumirá ang kaniyáng kaibigan. Sa kaniyáng paanán ay mga sapatos na gintô. Hitsurang kaaya-aya katulad ng willow na umuugóy sa hangin, dumaus-ós na umalís si Yeh-hsien.

Once her stepmother and stepsister were out of sight, Yeh-hsien knelt before her fish bones and made her wish. It was granted in an instant.

Yeh-hsien was clothed in a robe of silk, and her cloak was crafted from kingfisher feathers. Each feather was dazzling bright. And as Yeh-hsien moved this way and that, each shimmered through every shade of blue imaginable – indigo, lapis, turquoise, and the sun-sparkled blue of the pond where her fish had lived. On her feet were shoes of gold. Looking as graceful as the willow that sways with the wind, Yeh-hsien slipped away.

Nang nilapitan ni Yeh-hsien ang piyesta, naramdamán niyá na umuugong ang lupà sa ritmo ng pagsasayáw. Naaamoy niyá ang malambót na karneng sinasagitsít at ang mainit na pinalasahang alak. Naririníg niyá ang músika, awitan, at katawaan. Saanmán siyá tumingín malugód ang mga tao. Ngumitî ng malakí si Yeh-hsien sa kaniyáng tuwâ.

As she approached the festival, Yeh-hsien felt the ground tremble with the rhythm of dancing. She could smell tender meats sizzling and warm spiced wine. She could hear music, singing, laughter. And everywhere she looked people were having a wonderful time. Yeh-hsien beamed with joy.

Maraming tumingín sa magandang taong 'di-kilalá.
"Sino iyáng batang babae?" pagtataká ng ináng pangumán, nakatitig kay Yeh-hsien.
"Medyo kamukhâ siyá ni Yeh-hsien," sabi ng kinakapatíd na babae, na litong sumimangot.

Many heads turned towards the beautiful stranger.
"Who *is* that girl?" wondered the stepmother, peering at Yeh-hsien.
"She looks a little like Yeh-hsien," said the stepsister, with a puzzled frown.

Naramdamán ni Yeh-hsien ang lakás ng kanilang titig. Umikot siyá
at napaharáp sa kaniyáng ináng pangumán. Humintô ang kaniyáng
pusò at nahulog ang kaniyáng ngitî.
Sa dalî ng pag-alís ni Yeh-hsien natanggál sa paá niyá ang isáng
sapatos. Subali't 'di na niyá hinamon na pulutin ito, at siyá'y
tumakbong umuwî na nakayapák ang isáng paá.

Yeh-hsien felt the force of their stares and turned around, and found herself
face to face with her stepmother. Her heart froze and her smile fell.
Yeh-hsien fled in such a hurry that one of her shoes slipped from her foot.
But she dared not stop to pick it up, and she ran all the way home with
one foot bare.

Nang bumalik ang ináng pangumán sa bahay, nakíta niyáng tulog si Yeh-hsien, na nakayakap sa isá sa mga punò sa hardín. Matagál niyáng tinitigan ang kaniyáng anák na babae sa unang isáng asawa. Pagkatapos, suminghál siyá ng tawa. "Hah! Bakit hinagap ko pa na ikaw yung babae sa piyesta? Balighô!" Kaya hindî na niyá inisip itó.

At ano ang nagyari sa isáng gintong sapatos? Nakatago itó sa mahahabang damó, nahugasan ng ulán at napatakan ng hamóg.

When the stepmother returned home, she found Yeh-hsien asleep, with her arms around one of the trees in the garden. For some time she stared at her stepdaughter, then she gave a snort of laughter. "Huh! How could I ever have imagined *you* were the woman at the festival? Ridiculous!" So she thought no more about it.

And what had happened to the golden shoe? It lay hidden in the long grass, washed by rain and beaded by dew.

Sa kaumagahan, may isáng binatilyo na naglalakad sa dagím. Napansin niyá ang pagkakináng ng gintô. "Ano itó?" singáp niyá, habang pinulot niyá ang sapatos, "...isáng bagay na espesyál." Dinalá ng lalaki ang sapatos sa kapit-isla, To'han, at hinandog itó sa harì.

"Itóng tsinelas na itó ay marikít," hangà ng harì, binalibaligtad niyá itó sa kaniyang mga kamáy. "Kung mahahanap ko ang babae na magkakasya sa sapatos na ganyán, natagpô ko na ang aking mapapang asawa." Inutusan ng harì ang lahát ng mga babae sa kaniyáng sambahayán na subukan ang sapatos, ngunít itó ay pulgadang maliít kahi't sa pinakamaliít na paá.
"Hahanapan ko ang buóng kaharian," sumpâ niyá. Ngunít walang paá na nagkasya.
"Kailangan kong mahanap ang babae na magkakasya sa sapatos na itó," sabi ng harì. "Pero paano?"
Sa wakás may naiisip siyáng paraán.

In the morning, a young man strolled through the mist. The glitter of gold caught his eye. "What's this?" he gasped, picking up the shoe, "...something special." The man took the shoe to the neighbouring island, To'han, and presented it to the king.

"This slipper is exquisite," marvelled the king, turning it over in his hands. "If I can find the woman who fits such a shoe, I will have found a wife." The king ordered all the women in his household to try on the shoe, but it was an inch too small for even the smallest foot. "I'll search the whole kingdom," he vowed. But not one foot fitted. "I must find the woman who fits this shoe," the king declared. "But how?"
At last an idea came to him.

Nilagáy ng harì at ng kaniyang mga katulong ang sapatos sa tabíng kalsada. Pagkatapos, nagtagò silá at nanoód para malaman nilá kung may kukuha nitó.
Nang may isáng batang babaeng suót ay punít-punít, na pasubok-subok na kinuha ang sapatos, akalà ng mga tauhan ng harí na magnanakaw siyá. Pero tinititigan ng harì ang paá niyá. "Sundán n'yo siyá," matahimik niyáng sinabi.

"Buksán!" sigáw ng mga tauhan ng harì habang kinkalantóg nilá ang pintô ni Yeh-hsien. Hinanapan ng harì ang mga kaloób-looban na kuwarto, at nakíta niyá si Yeh-hsien. Sa kaniyáng kamáy ay ang gintong sapatos.
"Maáarì," sabi ng harì, "isuót mo."

The king and his servants placed the shoe by the wayside. Then they hid and watched to see if anyone would come to claim it.
When a ragged girl stole away with the shoe the king's men thought her a thief.
But the king was staring at her feet.
"Follow her," he said quietly.

"Open up!" the king's men hollered as they hammered at Yeh-hsien's door.
The king searched the innermost rooms, and found Yeh-hsien.
In her hand was the golden shoe.
"Please," said the king, "put it on."

Nanoód ang ináng pangumán at ang kinakapatíd na babae na nakangangá habang pumuntá si Yeh-hsien sa kaniyáng taguán. Bumalik siyáng suót ang kaniyáng balabal na galing sa balahibo ng piskadór at ang dalawang gintong sapatos. Kasing-gandá siyá ng anghel.
At alam ng harì na natagpuán na niyá ang kaniyáng mahál.

At kaya pinakasalan ni Yeh-hsien ang harì. May mga paról at mga bandilà, at mga tamból, at mga pinakamasaráp na pagkain. Nagtagál ng pitóng araw ang pagdidiwang.

The stepmother and stepsister watched with mouths agape as Yeh-hsien went to her hiding place. She returned wearing her cloak of feathers and both her golden shoes. She was as beautiful as a heavenly being. And the king knew that he had found his love.

And so Yeh-hsien married the king. There were lanterns and banners, gongs and drums, and the most delicious delicacies.
The celebrations lasted for seven days.

Na kay Yeh-hsien at sa harì na ang lahát ng maáarì niláng hilingin. Isáng gabí, nilibíng nilá ang mga butó ng isdâ. Sa tabíng-dagat kung saán naagnawan ang mga itó ng taás ng tubig.

Ang espíritu ng isdâ ay malayà; na lumangóy sa nakinangan ng araw na dagat magpakailán mán.

Yeh-hsien and her king had everything they could possibly wish for. One night they buried the fish bones down by the sea-shore where they were washed away by the tide.

The spirit of the fish was free: to swim in sun-sparkled seas forever.